Hiền Hapu

XA ĐỂ YÊU GẦN ĐỂ THƯƠNG

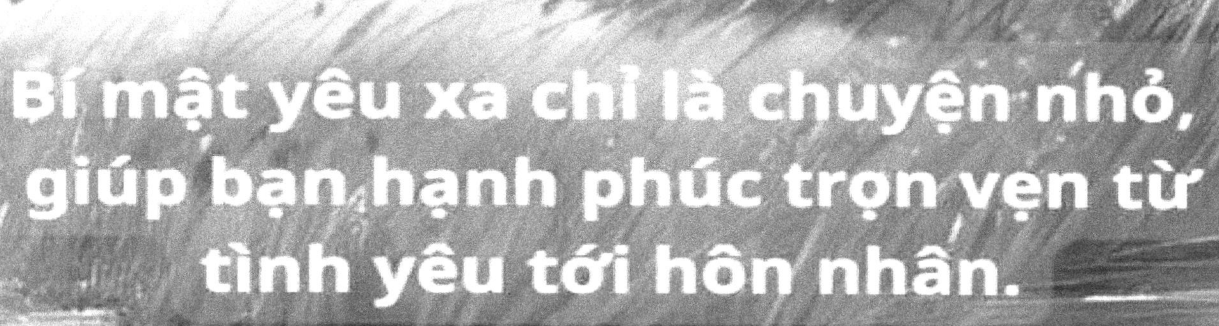

XA ĐỂ YÊU
GẦN ĐỂ THƯƠNG

Bí mật yêu xa chỉ là chuyện nhỏ, giúp bạn hạnh phúc trọn vẹn từ tình yêu tới hôn nhân.

Tác giả Hiền Hapu

Phiên bản 20241031v12

MỤC LỤC

Lời cảm ơn

Cảm ơn bố mẹ đã luôn đồng hành.

Cảm ơn anh đã luôn yêu thương, chăm sóc, nhận phần vất vả hơn về mình.

Cảm ơn BẠN vì đã lựa chọn cuốn sách này.

Đôi nét về tác giả

Hiền Hapu

Nguyễn Thị Hiền

Từng là người phụ nữ yếu ớt cả thể chất lẫn tinh thần. Học tài thi phận, tốt nghiệp loại ưu nhưng thất nghiệp hẩm hiu dài dài. Nhiều sai lầm đau đớn khiến cô suy nhược thần kinh, thân hình chưa đầy 36kg, sống cô độc trong suốt 3 năm.

Thế nhưng, sau đó cô đã có một "người chồng quốc dân" với mối tình sâu đậm hơn 14 năm. Dù thường xuyên xa nhau, nhưng hai người vẫn cảm thấy hạnh phúc và đã có một đứa con đầu lòng đáng yêu.

Hiền Hapu tin rằng: Sự tin tưởng là chìa khóa của mọi mối quan hệ bền vững. Cô sẵn sàng chia sẻ những bí quyết giúp bạn tận hưởng niềm hạnh phúc trọn vẹn hơn bất chấp mọi sóng gió.

Lời yêu đầu tiên

Khóc thêm lần nữa

Lối đi nào cho anh, anh đi tìm hạnh phúc riêng...

Lời bài hát "Khóc thêm lần nữa" vang lên, từng lời, từng chữ như những nhát búa nện thình thịch xuống trái tim nhỏ bé yếu ớt của tôi. Những câu từ buồn bã làm nước mắt tôi rơi như sung rụng xuống màn hình chiếc điện thoại di động Nokia 2700c cũ kỹ, trên đó là dòng chữ ngắn gọn: "Anh nghĩ tốt nhất chúng ta chỉ nên là bạn. Như vậy sẽ tốt cho em..."

Đó là tin nhắn được gửi đúng vào ngày lễ Tình Nhân năm 2009, từ một anh chàng đẹp trai, tài giỏi, tốt tính mà tôi đang thương thầm nhớ trộm. Tình cảm tôi dành cho anh như một tia hy vọng nhỏ vừa nhen nhóm thì anh đã nhắn cho tôi một tin như vết cứa vào tim, một lời từ chối phũ phàng như vậy đấy!

Tôi nằm dài thượt bẹp dí trên giường y như chú cún con bị thương với đôi mắt đỏ hoe; cánh tay phải vắt lên trán nghĩ ngợi xa xăm. Trong đầu tôi lúc đó là một cuộc chiến nội tâm tưởng như không có hồi kết.

"*Người như anh ấy thiếu gì lựa chọn tốt hơn nàng.*" Một giọng nói tiếc nuối pha lẫn bất lực vang lên. "*Còn nàng, nhìn lại mình xem?*"

Ngẫm lại, tôi thấy mình học hành bết bát, thi trượt đại học, đi học nguyện vọng 3 trong tình trạng *đỗ vớt* tại một ngôi trường ở nơi xa xôi, hẻo lánh với mức học phí cao ngất ngưởng. Đã vậy lại còn cãi lời bố để cố theo học bằng được và nhận về kết quả tệ hại.

Một giọng trách móc tiếp lời, "*Nhìn lại vẻ ngoài của mình đi!*"

Nghĩ lại, tôi thấy từ xưa tới giờ cân nặng vẫn luôn là nỗi ám ảnh của tôi. Mỗi lần đứng lên bàn cân và nhìn xuống con số trên kim đồng hồ là tôi thấy hoa mắt chóng mặt. "Nhẹ tựa lông hồng" là câu nói mô tả đầy đủ thể trạng của tôi. Tôi cao hơn mét sáu mà cân nặng chưa đầy 36 kg. Tấm thân "màn hình phẳng" ấy ám ảnh tôi khủng khiếp đến nỗi ngay cả trong mơ tôi cũng chưa bao giờ dám mơ mình có thể có một cơ thể khỏe mạnh với vóc dáng cân đối và tinh thần thoải mái.

Một giọng dỗi hờn vang lên, "*Còn tính tình của nàng thì sao?*"

Tôi thấy trong tâm trí mình thường xuyên có những suy nghĩ tiêu cực, tự ti, nhút nhát y hệt cáy ngày. Đã vậy, tính khí còn rất thất thường khó hiểu, sáng nắng chiều mưa, trưa có bão. Với tính tình ẩm ương khó chiều như vậy thì ai mà yêu cho nổi? Tôi như thế này thì anh từ chối cũng đúng, vì tôi đâu có xứng đáng với anh, từ ngoại hình, tài năng đến tính cách. Cuộc đời tôi rồi sẽ đi về đâu đây? Liệu có ai dám đi chung đường với người như tôi không?

Những câu hỏi không có lời đáp ấy choáng ngợp hết suy nghĩ của tôi như thủy triều dâng che kín hết cả bờ cát. Tôi ngụp lặn trong đó và chìm nghỉm lúc nào không hay, vì tôi không biết bơi. Tôi thu mình trong chiếc kén an toàn được đan kết bởi những sợi dây suy nghĩ tiêu cực độc hại. Sợi nào cũng siêu dày, siêu bền, siêu khỏe, đủ để trói chặt và chôn vùi tôi suốt đời trong đại dương nước mắt mặn chát. Tôi không biết phía trước tương lai sẽ như thế nào nữa?

Những ngày tháng buồn tẻ lặng lẽ trôi qua...

Tôi còn nhớ mãi đó là một buổi trưa hè tháng 5 năm 2009, trời nắng đến hoa cả mắt. Lúc đó, tôi đang lúi húi lấy nước vo gạo nấu cơm thì có một dáng người thanh mảnh nhẹ nhàng bước ngang qua.

Rẹt.

Một luồng điện chạy xẹt qua trong đầu làm tôi khựng lại, thời gian dừng lại như thể chiếc đồng hồ đang chạy thì bị hết pin. Toàn thân tôi đứng hình chẳng khác nào pho tượng.

Lúc đó trong tôi có cảm giác rất lạ về người vừa bước qua, một sự thân thuộc không thể nào giải thích hay cắt nghĩa được. Một tiếng nói đầy hy vọng thì thầm với tôi rằng: "*Mình có thể gắn bó lâu dài với người này.*"

Một giọng nói tha thiết khác vang lên. "*Làm quen đi, đó chính là người ấy đấy!*"

Lời nói ấy làm con tim tôi đập nhanh hơn vài nhịp.

"Ê, *tỉnh lại đi!*" Một giọng nói lạnh tanh át cả hai tiếng nói kia cất lên. "*Không nhớ mình vừa ê chề vì bị từ chối như thế nào à?*"

Tôi giật mình như bị ai đó ú òa và dùng tay đập mạnh vào vai. Kỷ niệm đau đớn ngày xưa chợt ùa về trong chốc lát làm tôi toát mồ hôi hột. Tay trái đột nhiên hẫng hẳn xuống, mắt tôi nhìn xuống nồi cơm, còn tay phải nhanh chóng khoá vòi nước lại vì chỉ thêm mấy giây nữa thôi là nước đầy tràn ra khỏi nồi gạo.

Khi người ấy chuyển hẳn đến xóm trọ thì chị chủ nhà kể rằng: "Ngày xưa ở phòng Hiền và phòng bên cạnh đã có hai cặp yêu nhau và đi đến kết hôn rồi đấy...."

Nói đoạn, chị quay lưng đi, bỏ lửng câu nói tại đấy.

Tôi đứng thẫn thờ ngoài hiên với nỗi băn khoăn: "*Liệu mình và chàng trai ấy có trở thành cặp đôi thứ ba không?*"

Từ bên trong, tôi đã biết mình cần phải làm gì.

Hơn một năm sau, vào ngày mùa hè tháng 6 năm 2010 tôi trở thành người yêu của anh. Và bạn có tin được không, chỉ chưa đầy một tháng tiếp đó, chuyện ấy đã xảy ra.

Anh đắm đuối nhìn tôi và nói, "Hiền đồng ý làm vợ anh nhé!"

"Em sẽ yêu anh đến khi không còn trên cõi đời này nữa!" Nói xong, tôi trao anh nụ hôn say đắm.

Chưa đầy một tháng kể từ khi anh ấy mở lời, tôi nhanh chóng trở thành vợ anh, hai đứa bắt đầu góp gạo thổi cơm chung.

Cùng nhau, chúng tôi sống những tháng ngày ngọt ngào, ý nghĩa, đầy tình yêu thương và ngập tràn hạnh phúc hơn cả những gì tôi từng mơ ước. Chúng tôi tham gia gây quỹ cho những bệnh nhân bị tan máu bẩm sinh. Cùng nhau đi cổ vũ cho người bạn dự thi ông già Noel và rất may mắn trúng thưởng một cặp đồng hồ đôi xinh xắn. Những buổi tối tôi đi học thì anh ở nhà nấu cơm, đến khi tan học là anh đứng chờ sẵn rồi. Anh chăm sóc tôi ân cần, chu đáo, dịu dàng. Chúng tôi cùng nhau đi chợ, cơm nước chăm sóc em trai nhà dì trong thời gian em học dưới Hà Nội. Tôi cảm giác cuộc đời mình đã rẽ sang một trang mới và niềm vui to lớn này đủ để bù đắp những ngày tháng đau khổ vừa qua.

Tôi như đang sống trong giấc mộng cho tới khi anh ấy bắt đầu đi làm theo công trình ở xa. Điều đó khơi mào cho những thứ bất ổn, và đỉnh điểm là khi anh ấy quyết định sang Nhật Bản làm việc.

Tôi lặp đi lặp lại những tháng ngày với rất nhiều cảm xúc lẫn lộn. Khi thì nhớ chồng da diết, khắc khoải đến mỏi mòn, cảm giác trống vắng bủa vây. Lúc thì cảm thấy ức chế bực bội.

Chưa kể đến là lúc ở chỗ làm, sếp tôi đã bĩu môi, nhìn tôi với ánh mắt khinh khỉnh và tặng cho tôi một câu nói mà tôi nhớ mãi: "Yếu như cháu thì làm được gì mà ăn. Ai lấy phải cháu thì chỉ để làm cảnh thôi!"

Nói rồi cô ấy đã đuổi tôi thẳng cổ sau chỉ mới 2 ngày thử việc.

Tôi lê lết đi tìm việc khác và trầy trật, nỗ lực mãi vẫn không thể theo kịp công việc mới. Mọi thứ ngày càng bế tắc khi tôi không đạt doanh thu giao khoán của Tổng công ty và phải tự túc đóng bảo hiểm xã hội. Thêm vào đó nguy cơ thất nghiệp cũng đang trực chờ và có thể ập tới bất cứ lúc nào.

Sức khỏe tôi lúc ấy cũng gặp nhiều vấn đề. Mỗi sáng thức dậy tôi được chào đón bằng những cơn đau đầu chóng mặt, khó thở, buồn nôn, nôn khan, đau bụng, ù tai nên chẳng thể nào vui vẻ được. Khuôn mặt lúc nào cũng nhăn nhó, cau có y hệt quả táo tàu. Những cơn đau ùn ùn kéo đến, khiến tôi có cảm tưởng như trong người có một thác nước đổ ầm ầm cả ngày lẫn đêm và còn róc rách theo tôi vào trong giấc ngủ.

Có một buổi tối khi đang ngồi xem ti vi tôi bị đau bụng dữ dội, sau khi chạy ra WC đi vệ sinh rồi vào vẫn còn đau, mặt tôi tái mét, cắt không ra giọt máu. Tôi nằm co ro ôm bụng trong trạng thái vừa đau bụng vừa đau đầu.

Sự đau đớn về cơ thể, thật sự chẳng thấm vào đâu so với nỗi đau về tinh thần.

“Sao mà mãi chưa có em bé vậy cháu gái?”

Lời thăm hỏi rất thân tình sắc lẹm tựa dao cau từ bác họ thường xuyên lọt lỗ tai và cứa vào tim tôi mỗi lần bác cháu gặp mặt. Những cuộc trò chuyện như thế khiến tôi chỉ muốn kết thúc thật nhanh rồi đi ra chỗ khác.

Cùng với đó là lời xì xào từ làng xóm. “Chắc nó phải có vấn đề gì nên mãi mới chưa có con chứ?”; “Coi chừng chồng ở nước ngoài thế dễ có người *chăm sóc* hộ cho lắm!”; “Chồng đi làm xa xôi thế dễ dẫn tới đổ vỡ lắm!”

Những ánh nhìn soi mói, những lời nói nghi ngờ mọi người đặt ra về sự thủy chung của chồng cũng thi nhau kéo đến bủa vây lấy tâm trí. Tất cả như dòng lốc xoáy cuốn chặt lấy tôi làm tôi thấy ngột ngạt đến nghẹt thở. Tôi tự hỏi. *"Trời ơi, sao những điều tồi tệ hại lại liên tục xảy đến thế này? Đau khổ liên tục lặp lại, cuộc đời muốn tôi phải thế nào đây?"*

4 năm sau...

Tôi nhớ mãi đó là buổi tối mùa đông cuối tháng 12 năm 2023 ở Nhật Bản. Bên ngoài trời gió hun hút đối nghịch hẳn với không gian ấm cúng bên trong nhà hàng Coco, nơi gia đình đang sum họp.

Nếu ở đó cùng chúng tôi bạn sẽ thấy tôi và con ngồi cùng một ghế úp lưng vào tường ở bàn số 3, còn chồng tôi ngồi đối diện. Các món ăn nóng hổi được nhân viên và bạn robot dọn ra. Anh dùng dao cắt nhỏ thức ăn đưa vào đĩa của con gái.

Phù! Phù! Phù!

Tôi chu môi phồng má thổi cho đồ ăn chóng nguội rồi mới bón cho con ăn. Tôi kiên nhẫn xúc thức ăn, từng thìa cơm bón cho con. Có lẽ do đói bụng và đồ ăn lạ miệng nên con ăn uống ngon lành và rất hợp tác. Thi thoảng con muốn tự mình cầm thìa xúc thức ăn cho vào miệng. Tuy nhiên chiếc thìa hơi to so với khả năng nên con chuyển sang dùng hai tay bốc cho nhanh.

"Này, mẹ ăn đi cho nóng." Chồng vừa nói vừa ân cần dùng thìa xúc thức ăn đưa vào miệng tôi, tôi cảm động không nói nên lời.

Em bé đùa nghịch nhảy tưng tưng trên chiếc ghế. Thấy hình ảnh mình trong kính em nhoẻn miệng cười và áp má vào kính chơi đùa với bạn trong gương. Nhìn cảnh tượng đó, anh cười và nhẹ nhàng nói: "Cháu chỉ hổ báo trong gương thôi, chứ ra ngoài cháu dát như con mèo."

Đó là lúc gần nhau, còn khi xa nhau, hằng ngày chúng tôi vẫn gọi video nói chuyện trao đổi về cuộc sống. Thông qua đó tôi cảm nhận được rằng anh là một người bố rất có trách nhiệm, và chúng tôi vẫn luôn đồng hành cùng nhau trên chặng đường trưởng thành của con dù cho khoảng cách địa lý có xa xôi vạn dặm.

Bên cạnh đó, tôi đã tìm lại được niềm tin vào cuộc sống và tương lai tươi sáng. Tôi cũng mạnh dạn tham gia chia sẻ trách nhiệm xã hội cùng chương trình Sách Hóa Nông Thôn Việt Nam, trồng rừng cùng dự án 1 tỷ cây xanh, nhận nuôi cơm trưa cho trẻ em vùng cao cùng dự án Nuôi Em. Rồi tôi cũng làm một việc mà tôi chưa bao giờ nghĩ mình có thể làm, đó là trở thành thành viên tích cực của VITA Toastmasters, nơi tôi tự tin thực hiện những bài thuyết trình trước đám đông, rèn luyện kỹ năng giao tiếp và lãnh đạo.

Tôi dần dần thoát khỏi chiếc kén an toàn giam giữ kìm hãm mình bấy lâu nay. Tôi độc lập, tự do, hạnh phúc. Bản thân tôi cũng không thể nào tin nổi rằng mình đã có sự khác biệt đến thế.

Bạn có tò mò chuyện gì xảy ra hay điều gì đã thay đổi tôi không?

Đó chính là lý do tôi viết cuốn sách này.

Có những khoảng thời gian tôi cảm thấy trống rỗng khủng khiếp. Sáng sáng, tôi thức dậy lê tấm thân đi làm trong trạng thái uể oải, chán nản. Chiều về tôi bước đi thẫn thờ, lờ đờ như một cái xác vô hồn. Tôi tự hỏi không biết ý nghĩa cuộc sống của mình là gì? Mình đang sống vì điều gì?

Rồi những lúc giận dỗi, hoặc gặp trục trặc với người thương, tôi có thói quen ghi nhật ký. Tôi ghi lại tất cả những gì đang diễn ra trong tâm trí mình, những cảm xúc của tôi lúc đó.

Còn nhớ giữa tháng 4 năm 2024, tôi tình cờ mở cuốn nhật ký khi xưa ra và đọc, tôi đã bật cười khi thấy những suy nghĩ ngô nghê của mình hồi ấy thật trẻ con. Nhưng ngẫm lại tôi cũng thấy sự thay đổi rất lớn ở bản thân mình theo chiều hướng tốt đẹp hơn. Đúng là, có cổ mới có kim, nhờ có ngày hôm qua dại khờ mà ngày hôm nay mình bớt khờ dại hơn.

Bạn biết không, khi những dòng chữ này được viết ra, tôi cảm tưởng như mình đang được sống lại cùng quá khứ. Viết cuốn sách này cũng là cách để tôi viết lại cuộc đời mình.

Tôi nhận ra những sai lầm mình đã mắc phải, cũng như những kinh nghiệm quý báu đã giúp tôi vượt qua những thời điểm khó khăn nhất. Tôi hy vọng rằng những trải nghiệm trong cuốn sách sẽ giúp ai đó có thể giải tỏa những cảm xúc tiêu cực, giúp chữa lành tâm hồn và nhanh chóng đạt được hạnh phúc nói chung và trong những mối quan hệ nói riêng.

Mong rằng những ý tưởng, câu chuyện trong sách sẽ giúp bạn tránh được những sai lầm tôi đã từng mắc phải để cho dù cuộc sống có sóng gió như thế nào thì bạn vẫn có những phút giây hạnh phúc bình an trong chính tâm hồn mình.

Cuốn sách này giúp bạn như thế nào?

Nếu bạn đang ở tuổi đôi mươi, chông chênh bước vào một mối quan hệ mà vấp phải sự phản đối từ bạn bè gia đình, thì bạn và người yêu có thể tìm thấy cách để thuyết phục người thân tin tưởng vào sự lựa chọn của bạn.

Nếu bạn đang lưỡng lự trước một quyết định lớn trong cuộc đời: xây dựng gia đình mà biết được những bí quyết trong sách thì bạn sẽ có cái nhìn sáng suốt, thấu đáo, giúp bạn ra quyết định đúng đắn hơn.

Nếu bạn đã kết hôn thì những chia sẻ trong sách sẽ giúp bạn có cuộc sống hôn nhân hạnh phúc hơn, bền vững hơn bên người bạn đời.

Lưu ý khi đọc sách

Hãy hình dung mỗi chương sách, giống như một cuộc trò chuyện tâm tình giữa chúng ta trong căn bếp nhỏ xinh xắn, cùng nhau chuẩn bị cho một bữa tối ấm cúng.

Vì thế, sau chương này, bạn có thể đọc bất cứ phần nào bạn thích, hoặc là bạn đơn giản là đọc từ đầu tới cuối... giống như là thưởng thức từng món ngon được lần lượt bày ra.

Ngoài ra, trong khi kể chuyện mà tôi có đề cập đến "anh" hoặc "anh ấy", thì trong hầu hết các trường hợp đó chính là chồng tôi.

Nỗi sợ bị phản đối

Tôi vẫn còn nhớ mãi một buổi chiều hè nóng bức cuối tháng 6 năm 2010 khi tôi đang ở Vĩnh Phúc ôn thi hết kỳ. Lúc đó tình yêu của tôi và chồng đang tiến triển ngày càng thắm thiết. Đột nhiên, tôi nhận được một tin nhắn từ anh Quang, một người bạn của tôi, trước đó gặp chồng tôi và biết về mối quan hệ đang phát triển của chúng tôi.

Sau một hồi thăm hỏi, anh Quang bỗng nhiên nói: “Trai Hải Phòng à? Anh khuyên thật em không nên yêu người đó nữa, vì trai Hải Phòng chỉ yêu chơi bời thôi. Em sẽ khổ đấy!”

Tôi tròn mắt ngạc nhiên và nhắn tin hỏi lại: “Có trường hợp ngoại lệ không anh?”

“Đối với anh thì không có trường hợp ngoại lệ.” Anh Quang nhấn mạnh. “Bọn nó chỉ biết lợi dụng để được mục đích thôi. Khi nào xong họ sẵn sàng chơi đểu lại mình. Còn với em thì anh không biết. Anh chỉ biết khuyên em thế thôi. Còn em nghe hay không thì tuỳ. Em quyết định thế nào thì tự chịu hậu quả."

Đó là lời cuối anh Quang nhắn với tôi. Nó cứ văng vẳng bên tai khiến đầu tôi đau nhức dữ dội, nó như muốn nổ tung. Những dòng tin nhắn từ cuộc trò chuyện y hệt phát súng khởi đầu cho một cuộc chiến nội tâm trong tôi khốc liệt nổ ra.

"*Uầy!*" Một giọng chất vấn vang lên. "*Tất cả con trai Hải Phòng đều yêu đương chơi bời hả?*"

"*Ai mà biết được?*" Một giọng thản nhiên. "*Ở đâu mà chẳng có người tốt kẻ xấu. Hiền định thế nào đây?*"

Một giọng khác trấn an, "*Hiền quen và biết anh được hơn cả năm rồi. Tớ thấy anh đối xử rất tốt với Hiền, thường xuyên quan tâm, lo lắng. Nếu không thật lòng yêu Hiền thì đâu ai rảnh mà làm như thế?"*

Tôi thấy bối rối trong lòng nên cất điện thoại vào một góc rồi xỏ giày vào sau đó lững thững đi bộ ra ngoài cánh đồng.

Hít một hơi thật sâu và ngắm cảnh hoàng hôn. Cánh đồng trải dài tít tắp, phía xa xa thấp thoáng những ngọn núi ẩn hiện dưới nắng chiều. Ánh nắng chiều đã nhạt bớt, trời mùa hè nên nắng vẫn vàng ruộm cả góc trời phía Tây, bóng nắng phản chiếu xuống mặt ao lấp lánh li ti tựa như những viên kim cương óng ánh. Trên trời, dưới nước là hai bức tranh đối ngược nhau. Mặt ao giống như tấm gương ghi nhận trọn vẹn những hình ảnh đang hiển thị trên bầu trời và chiếu hình nhìn ảnh đó xuống mặt nước. Tất cả cùng nhau tạo nên một bức tranh rực rỡ, làm cho tâm hồn tôi cảm thấy thanh thản hơn.

Những làn gió mát thổi qua, mơn man khuôn mặt đang nghiêm nghị suy tư. Nó vuốt nhẹ những nếp nhăn chất chứa đầy muộn phiền hằn hết trên trán, và làm giãn đôi lông mày đang nhíu chặt.

“*Ôi, mình đang làm gì thế này?*” Một suy nghĩ cất lên bất ngờ. “*Mình định ra ngoài đi bộ thư giãn mà sao đầu óc, mặt mày căng hết cả ra thế này. Mình mới yêu anh mà đã bị bạn bè ngăn cản rồi. Bố mẹ biết được thì sẽ sao? Không biết vấn đề là con người, hay ở khoảng cách nhỉ?*”

Tự nhiên tôi nhớ tới câu ca dao “Dù ai nói ngả nói nghiêng, lòng ta vẫn vững như kiềng ba chân.” Câu nói ngụ ý: “hãy luôn kiên định với quyết định của mình” làm tôi thấy vững tin hơn từ bên trong, tôi đã có lựa chọn của mình. Tôi quyết định vẫn ở bên anh cho dù bạn bè có nói gì đi chăng nữa.

5 năm sau...

Sau quãng thời gian tìm hiểu, gắn bó, chúng tôi quyết định tiến tới hôn nhân và chính thức thông báo cho gia đình hai bên. Trong tôi có rất nhiều cảm xúc, hồi hộp, lo lắng.

Khi gia đình nhận được tin, tôi vấp ngay phải sự phản đối mạnh mẽ từ mẹ.

"Sao xa thế con?" Mẹ tôi thốt lên. "Con vốn yếu ớt mà giờ lấy chồng xa thì sau này vất vả lắm đấy!"

Tôi nghe mà cảm thấy nhức nhối trong lòng.

Mẹ nói tiếp, giọng đượm buồn. "Mẹ bị say xe nên không đi xa chăm sóc, giúp đỡ con được đâu, nhất là khi ốm đau, bệnh tật, sinh nở."

Đúng thật, 190km chẳng là gì với những người trẻ, nhưng với những trải nghiệm mẹ đã trải qua và câu chuyện của những người khác mà mẹ mắt thấy tai nghe, thì đó là một khoảng cách rất lớn. Mẹ muốn con gái lấy chồng gần. Định nghĩa "gần" của mẹ là cùng làng, cùng huyện, cùng lắm là 10km trở lại.

Tôi im lặng vì sợ nếu mình cứ ngang bướng nói thêm nữa thì có thể sẽ làm mẹ khóc hoặc một cuộc cãi vã căng thẳng sẽ xảy ra... Tôi không muốn chứng kiến cảnh mẹ khóc, vì từ trước đến giờ tôi đã từng khiến mẹ khóc nhiều lần rồi.

Ngẫm lại, tôi thấy những lời mẹ nói cũng đúng. Ở cùng làng như mẹ với bà ngoại thì khi có việc gì gấp mẹ chạy ù 3-5 phút là đến ngay. Còn từ nhà tôi xuống nhà chồng đi xe riêng hết 3h, đi xe khách chạy lòng vòng hết

5h. Từ khi biết chúng tôi có tình cảm với nhau, trong thâm tâm mẹ thường trực sự lo lắng cho tương lai xa xôi diệu vợi của con gái..

"Có con mà gả chồng xa. Trước là mất giỗ, sau là mất con!"

Đó là câu cuối cùng mẹ nói với tôi.

Một sự im lặng đến đáng sợ kéo đến, bầu không khí căng thẳng và ngột ngạt vô cùng.

Bố chỉ thở dài không nói gì, khuôn mặt bố thoáng chút buồn buồn làm tôi thấy bất an.

Tôi đem chuyện này nói với chồng tôi, rồi hai người ngồi lại với nhau, thống nhất giải pháp. Trước tiên anh về thăm nhà và chính thức ra mắt ông bà bố mẹ tạo sự tin tưởng, gây dựng ấn tượng tốt đẹp và thiện cảm ban đầu.

Tôi còn nhớ mãi lần đầu tiên chồng tôi về ra mắt, anh xuống thăm hỏi, trò chuyện với ông bà nội như một đứa cháu lâu ngày xa nhà chứ không phải là chàng trai lần đầu về thăm nhà người yêu. Hôm đó ông bà rất vui.

Bà khen: "Duy có khuôn mặt phúc hậu, tốt tính, ân cần chu đáo."

Mẹ nhận xét: "Duy cũng tình cảm đấy, mỗi tội ở xa quá!"

Ông tôi thốt lên "quân đó tốt quá!" và cười rất nhiều, nhìn ông cười trẻ ra cả chục tuổi. Những lần sau về chơi anh rất chu đáo, quan tâm nên ông bà càng ngày càng quý mến anh bởi sự chân thành. Ông bà có thể dám chắc rằng anh thật lòng yêu thương cô cháu gái rượu. Tấm chân tình của anh cũng thuyết phục được mẹ thêm một phần nào đó.

Bố mẹ chồng lên thăm nhà và ngỏ lời cho hai gia đình kết thông gia, bàn bạc thời gian đón dâu và tổ chức đám cưới. Bố mẹ tôi xuống thăm nhà chồng, nhờ sự nhiệt tình ấm áp của bố mẹ chồng cũng thuyết phục mẹ phần nào.

“Bố mẹ chồng Hiền êm tính phết!” Lời nhận xét chân thành của một người bác họ đáng kính cũng giúp mẹ tôi thêm yên tâm.

Sau rất nhiều nỗ lực *mưa dầm thấm lâu*, tỉ tê trò chuyện, nhờ sự giúp đỡ của hai bên gia đình. Đầu năm 2015 tôi và anh đứng tên chung trên tờ giấy chứng nhận đăng ký kết hôn. Và sau đó ít hôm đám cưới được tổ chức, hai đứa đã chính thức về chung một nhà. Anh chăm chỉ, ân cần chu đáo, có lẽ vì thế nên mẹ tôi cũng xuôi lòng, thương và quý anh như con ruột trong nhà.

Giờ đây, câu dân ca xưa cũ “*dù ai nói ngả nói nghiêng, lòng ta vẫn vững như kiềng ba chân*” lại vang lên, khiến tôi luôn ghi nhớ trong mọi hoàn cảnh bạn phải có chính kiến đúng đắn, vững chắc; hãy luôn kiên định với lựa chọn cá nhân, bất chấp những áp lực, rào cản từ bên ngoài, vững lòng tin trước những định kiến.

Giờ ngẫm lại, tôi nhận ra điều quan trọng nhất khi người khác nghi ngờ chúng ta đó là: Kiên định trong lựa chọn. Nếu người khác nghi ngờ chúng ta, và bản thân chúng ta cũng nghi ngờ chính mình nữa thì chẳng còn gì cả, thế nên trong mọi hoàn cảnh chúng ta hãy cứ kiên định.

Tôi còn thấy rằng chúng ta không bao giờ đơn độc. Khi gặp khó khăn, tôi đã mạnh dạn chia sẻ rắc rối của mình với chồng, nhờ đó mà cả hai đã cùng nhau vượt qua để đến được bến bờ hạnh phúc.

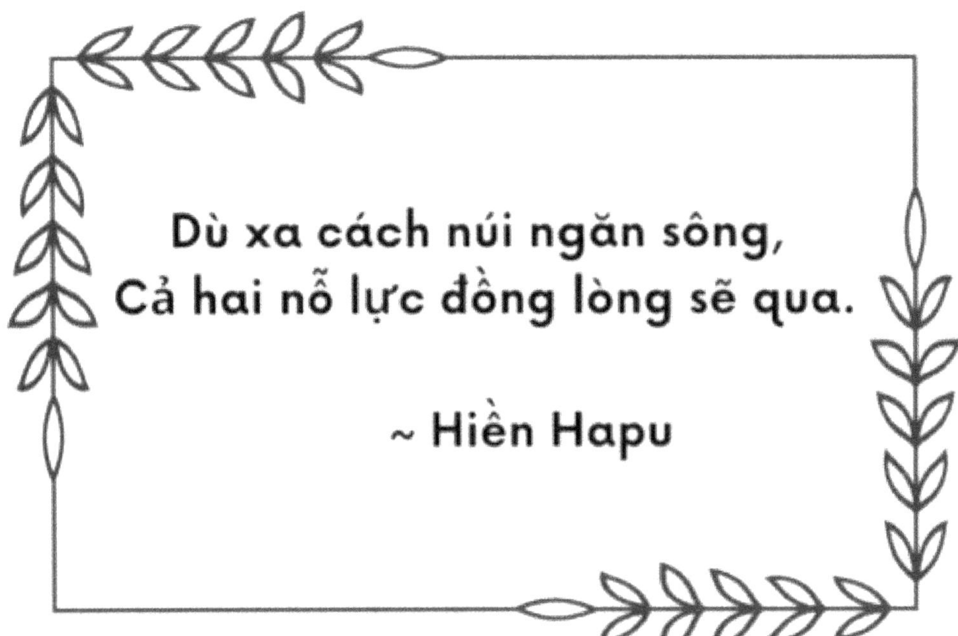
Dù xa cách núi ngăn sông,
Cả hai nỗ lực đồng lòng sẽ qua.
~ Hiền Hapu

Bí mật yêu xa

Có một thứ đáng sợ hơn cả sự phản đối, đó là sự nghi ngờ.

Năm 2016, chồng tôi tìm được công việc thi công và phụ trách giám sát tại công trường, thời gian dành cho tôi lại càng trở nên ít ỏi. Chúng tôi kết hôn đã lâu mà chưa có con khiến mẹ tôi rất lo lắng. Mẹ hỏi han khắp nơi, tìm thầy tìm thuốc chữa trị nhưng đều không hiệu quả.

Vào những dịp lễ Tết, khi thăm hỏi họ hàng thì câu nói tôi thường được nghe nhất là: "Hai đứa lấy nhau đã lâu rồi mà vẫn chưa thấy có con nhỉ? Thế không định đẻ đi à?"

Bạn thấy đấy, ngày này đầu năm người ta thường trò chuyện về các dự định tốt đẹp cho tương lai. Ấy vậy mà tôi lại được *tra tấn* bằng những câu nói "sốc óc" như thế khiến lớp da trên mặt tôi mặt dày và chai thêm, tôi muốn lẩn trốn thật sâu, không muốn về quê ăn tết...

Còn chồng tôi, sau 3 năm làm việc ở Việt Nam mà không thấy có tiền dư, con cái muộn mằn, gia đình xảy ra nhiều biến cố khiến anh đi đến một quyết định quan trọng vào đầu năm 2018: sang Nhật Bản làm việc. Để làm được việc đó, hai vợ chồng vay mượn 200 triệu đồng nộp cho công ty môi giới. Khoảng cách giữa hai vợ chồng bây giờ đã vượt ra khỏi biên giới quốc gia, con số đã nhân lên thêm hơn 19 lần nữa thành 3673km.

Trước khi đi, để giúp bố mẹ an tâm, anh đã nói rằng: “Khi nào công việc ổn định con sẽ bảo lãnh Hiền sang đó. Biết đâu thay đổi môi trường, không khí trong lành, vợ con sẽ khỏe ra rồi còn sinh em bé! Thời gian có thể sẽ mất ít nhất là 1 năm.”

Mặc dù như thế, nhưng khi nghe được câu nói bâng quơ ác ý từ những người xung quanh, tôi lại cảm thấy rất nghi ngờ bản thân, tôi tự hỏi không biết liệu anh có thay đổi tính nết không nhỉ?

"Xa mặt dễ cách lòng." Một cô hàng xóm nói. "Khéo lại *mất cả chì lẫn chài* đấy!"

Câu nói đó làm tôi cảm thấy thấy sự nghi ngờ gợn lên. Nhưng ngay lúc đó, có một suy nghĩ mạnh mẽ cất lên át hoàn toàn sự ngờ vực. "*Con khờ này, nghĩ linh tinh ít thôi. Tốt nhất là tập trung vào công việc đi!*"

Một giọng khác vang lên, mà tôi nhận ra đó là lời anh nói khi xưa: "*Xin em đừng bao giờ nghi ngờ tình cảm của anh dành cho em. Anh từng mất hơn 3 năm mới tìm được một nửa kia cuộc đời mình. Anh không dại để tuột mất một lần nữa đâu!*"

Thế là sau đó, tôi tập trung vào làm nhiều việc có ý nghĩa hơn để bớt suy nghĩ lan man. Tôi tham gia dự án Sách Hóa Nông Thôn đem sách về mọi miền tổ quốc.

Tôi nhớ mãi khoảnh khắc hạnh phúc vô cùng khi những tủ sách mới được mở ra, các cuốn sách hay được trao đến tận tay con trẻ và được bạn đọc hào hứng đón nhận. Tôi đã mỉm cười không ngớt khi ngắm nhìn những khuôn mặt say sưa đọc sách trong nụ cười hạnh phúc, ánh mắt lấp lánh niềm vui. Những hình ảnh này như *liều doping ngọt ngào* xóa tan hết mệt nhọc trong tôi.

Đồng thời, có một suy nghĩ khác đã giúp tôi bớt để ý đến việc mình hiếm muộn, tránh xa tác động tiêu cực đến từ những lời dị nghị độc ác từ miệng lưỡi thế gian. Đó là: Con mình chưa có thì mình đi chăm con người khác, miễn sao giúp các con trưởng thành và trở thành công dân có ích sau này là được.

Nhờ đó tôi kết nối được với anh Fususu - Nguyễn Chu Nam Phương và sự quen biết đó chính là hạt mầm thiện lành được gieo xuống lòng đất để nhiều năm sau đó trổ ra quả ngọt - chính là cuốn sách này.

Đến giờ tôi nhận ra rằng chính những điều tôi xây dựng được, những mối quan hệ chất lượng được vun đắp trong khoảng thời gian khó khăn ấy đã ảnh hưởng tích cực đến cách tôi nhìn nhận và giải quyết vấn đề sau này. Khi đứng trước nghịch cảnh tôi cố gắng tìm kiếm giải pháp trong khả năng của mình thay vì tập trung vào vấn đề.

1 năm 9 tháng trôi qua kể từ ngày chồng tôi sang Nhật..

Phía gia đình tôi lúc này vẫn chưa thấy có tin tức gì từ anh...

"Duy có nói khi nào đón con sang không?" Bố tôi hỏi.

"Con cũng không rõ lắm." Tôi trả lời. "Chồng con nói chưa thấy phía công ty đề cập đến chuyện bảo lãnh người thân."

Nghe tôi nói xong, bầu không khí bắt đầu trở nên căng thẳng và ngột ngạt. Bố trầm ngâm nghĩ ngợi, đưa mắt nhìn về phía xa xăm, đôi lông mày nhíu chặt, những nếp nhăn gợn sóng lăn tăn trên trán. Bố thở dài. "Chồng của cô bạn đồng nghiệp bố cũng đi làm ở nước ngoài và bỏ mặc vợ cùng 2 đứa con ở nhà..."

Tôi chợt nghĩ thầm trong đầu, cô chú ấy đã có 2 con với nhau rồi mà còn như vậy, trong khi mình với chồng chẳng có gì ràng buộc... À, mình có đứng tên khoản vay 200 triệu lúc làm hồ sơ sang Nhật đến giờ vẫn chưa trả hết. Liệu chồng có bảo lãnh mình như những gì đã nói với bố mẹ? Hay anh chỉ nói suông vậy thôi? Có khi nào anh có *người mới* bên đó? Liệu mình có *mất cả chì lẫn chài* như lời mọi người vẫn nói không?

Cứ thế, tôi thấp thỏm sống trong nghi ngờ...

Cho mãi tới đầu tháng 11/2019 tôi mở Zalo và vỡ oà trong sự sung sướng. Vì trong đó là hình ảnh giấy chứng nhận tư cách lưu trú tại Nhật của tôi - một *món quà sinh nhật muộn* để tôi có thể làm thủ tục visa và sớm sang Nhật đoàn tụ cùng chồng.

Khi biết chuyện, gương mặt bố giãn ra và giọng bố như muốn đuổi tôi đi thật nhanh. "Con nhanh chóng hoàn thiện các thủ tục cần thiết để bay sang Nhật đi. Việc ở công ty cứ để đấy sẽ có người làm."

"Chúc cháu đi tốt về tươi, đi một về hai nhé!" Lời chúc đầy hy vọng của bác họ theo tôi bay sang bên kia bầu trời cùng Ông Táo đúng vào ngày sinh nhật năm 2020. Những hoài nghi trước đó đã được hóa giải hết.

Tôi đã trải qua cùng chồng một hành trình dài với rất nhiều con số, mối tình sóng gió kéo dài hơn 5 năm, vượt qua 190km để góp tên với nhau trên tờ giấy chứng nhận đăng ký kết hôn. Rồi tiếp tục bay qua 3763km để cùng anh xây tổ ấm bình yên, và thêm 7 năm thanh xuân của cả hai để có thêm một em bé, một gia đình nhỏ hạnh phúc. Riêng tôi có một người chồng tâm lý yêu thương vợ con hết mực, một em bé đáng yêu. Điều quan trọng hơn cả là: dù cho ở Việt Nam hay Nhật Bản, vẫn luôn có *một góc bình yên chờ tôi về*.

Đến thời điểm hiện tại, tôi vẫn chăm con một mình nhưng không hề đơn độc vì luôn nhận được sự giúp đỡ cả về vật chất lẫn tinh thần từ bố mẹ và hai bên gia đình. Dù chồng ở cách xa ngàn dặm nhưng tôi vẫn cảm nhận được sự quan tâm và chia sẻ của anh dành cho hai mẹ con. Tôi rất biết ơn vì những gì mình đang có.

Theo bạn bí mật đã giúp tôi vượt qua hành trình dài đó là gì?

Sợi dây gắn kết chúng tôi chính là sự tin tưởng dành cho nhau. Yêu xa để trưởng thành và có trách nhiệm hơn. Tôi tin rằng nếu một người từng yếu đuối, mau nước mắt như tôi đã trở nên mạnh mẽ, hạnh phúc và lạc quan hơn thì bạn cũng sẽ làm được.

Tôi nhận ra sự nghi ngờ vẫn luôn tồn tại ở bất cứ đâu, không những ở bên ngoài mà còn ở ngay trong suy nghĩ của chính bạn đấy!

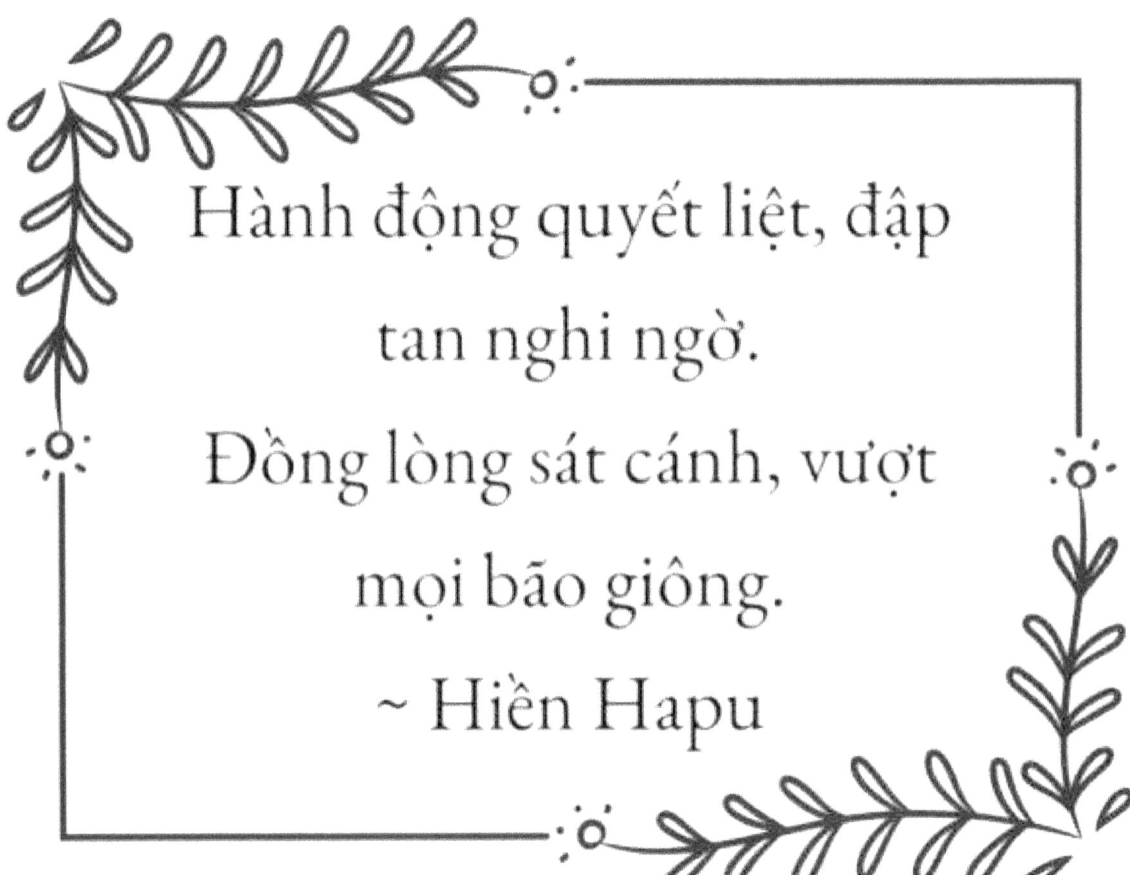
Hành động quyết liệt, đập
tan nghi ngờ.
Đồng lòng sát cánh, vượt
mọi bão giông.
~ Hiền Hapu

Đặt chân vào dép người khác

Xoẹt xoẹt, xoẹt, xoẹt, xoẹt…

Giữa trưa hè nắng gắt, tôi và chồng đang lững thững bước về nhà sau khi ăn trưa ngoài quán cơm bình dân ở Hà Nội. Tôi muốn đi thật nhanh để tránh cái nắng khiến người ta say mày đỏ mặt. Đôi chân vẫn lê loẹt xoẹt theo thói quen.

“Em nhấc dép lên xem nào.” Anh nói với giọng khó chịu. “Đi kiểu gì mà cứ lê quèn quẹt thế!”

“Em đi kiểu bình thường vẫn đi.” Tôi đáp lại ngang tàng, vẻ thách thức. “Có vấn đề gì sao?”

Nghe xong anh chỉ biết thở dài, không nói thêm câu nào. Còn tôi trưng ra vẻ mặt tưng tửng đắc thắng.

Tôi chợt nhớ ra có việc quan trọng phải làm ở nhà nên chạy vội về phía trước làm tiếng dép phát nghe hệt như tiếng đĩa xước trong đầu máy bị vấp.

"Vừa mới ăn xong em làm gì mà chạy đi như bay thế?" Anh vừa thở vừa chạy với theo.

"Em nhớ ra có chút chuyện phải làm." Tôi cũng vừa nói vừa thở hổn hển.

"Vội gì thì vội, cũng phải đi bình tĩnh đã chứ!" Anh nói mà như quát. "Em mới ăn xong mà chạy như vậy có ngày đau dạ dày đấy!"

"Xí!" Tôi cãi lại. "Thì phải có việc rất gấp nên em mới chạy như bay vậy chứ!"

"Lần sau có gấp mấy thì cũng không được chạy như thế." Anh nhắc nhở tiếp. "Mà đi hay chạy thì em cũng phải nhấc dép lên chứ! Anh nói em bao lần rồi."

"Vâng." Mặt tôi xịu xuống như miếng bánh đa ngấm nước. "Lần sau em sẽ để ý ạ."

Miệng thì nói vậy còn hai chân bước đi vẫn cứ lê loẹt quẹt theo thói quen.

"Đấy, em vừa mới nói sẽ để ý đấy!"

"Phải từ từ em mới sửa được chứ." Tôi phân bua. "Trước giờ em đi như vậy quen rồi, đâu phải nói cái là sửa ngay được đâu."

Mấy tháng sau...

Tình hình vẫn đâu lại hoàn đấy, tôi vẫn vô duyên hết ý khi đi mà không nhấc dép lên. Chồng tôi nhắc nhở nhiều lần quá rồi nên anh chán, không buồn ý kiến ý cò gì cả.

Cho đến một buổi trưa mùa hè rực lửa, trời nóng nắng, oi bức. Dưới mái tôn bỏng rát như nung, vào đúng giờ nghỉ trưa, tôi trằn trọc quay ngang quay ngửa mãi mới thiu thiu vào giấc ngủ. Vừa chợp mắt được mấy phút, chưa kịp ngủ ... thì có tiếng dép lê quèn quẹt chát chúa từ ngoài ngõ vọng thẳng vào tai.

Xoẹt, xoẹt, xoẹt.

Đó là tiếng bước chân ai đó ngoài kia đang lê bước trên nền đường xi măng.

Rồi người ấy tăng tốc bước đi, nhanh thật nhanh, như để chạy trốn khỏi hơi bỏng rát bốc lên từ dưới nền đường và ánh lửa cháy rừng rực của mặt trời phả xuống, chiếu thẳng vào mặt. Lúc này tiếng xoẹt xoẹt đó được nâng cấp thêm nhịp điệu và trở thành một bản nhạc bị vấp, nghe rất chói tai. Bản nhạc đó kéo dài khoảng 1 phút. Chỉ 1 phút thôi, nó đã phá tan bầu không khí yên tĩnh làm tôi tỉnh giấc.

"*Ai mà vô duyên thế nhỉ?*" Tôi choàng tỉnh và càu nhàu vì kẻ nào đó ngoài kia đã phá nát giấc ngủ vừa tới của mình. "*Sao đi mà không chịu nhấc dép gì cả? Khó chịu thật!*"

5 phút sau.

Không gian yên tĩnh trở lại. Tôi vừa ngủ gà ngủ gật được một xíu, thì lại có một hai tiếng nữa cất lên. Lần này là tiếng dép chạy thật nhanh tránh nắng. Tôi bị gọi dậy thêm một lần nữa, bởi âm thanh như một bản xô-nát tránh-nắng đang chơi bị xước đĩa, và nó kéo dài 60 giây.

"*Sao trưa nay có nhiều người đi về giờ này thế nhỉ?*" Tôi tự hỏi. "*Mọi khi đâu có như vậy. Mà không biết người ngoài kia là ai mà đi không nhấc dép lên, phá hỏng hết giấc ngủ của mình.*"

Tự nhiên tôi cảm thấy ghét kẻ nào gây ra tiếng động ngoài kia thế.

Tối đến, tôi vẫn còn cảm thấy bức xúc lắm.

Ánh mắt dịu dàng nhìn tôi, anh ân cần hỏi thăm: "Sao thế vợ yêu, trời nóng quá à?"

"Không phải, trưa nay em đang thiu thiu ngủ thì bị đánh thức 2 lần bởi tiếng dép lê quèn quẹt." Khuôn mặt tôi nhăn nhó thể hiện cảm giác bức xúc khi nhớ lại trạng thái khó chịu buổi trưa. "Sau đó em không ngủ được."

Nghe xong anh mỉm cười, nhẹ nhàng nói, "Bây giờ thì em hiểu cảm giác của anh thế nào khi em đi mà không nhấc dép rồi đấy!"

"Hả?!" Tôi há hốc mồm.

Trong phút chốc tôi giật mình và đứng hình vài giây. Khuôn mặt thộn ra như thể vừa bị ai đó bóc mẽ chuyện bí mật thầm kín mình đang cố gắng giấu bấy lâu nay. Tôi nghĩ thầm trong đầu, ối giời ơi, mình đang tìm kiếm sự đồng cảm mà lại bị bóc mẽ ra thế này, xấu hổ và ngại quá đi mất! Giá có cái lỗ nào cho mình chui xuống thì hay biết mấy!

Khuôn mặt tẽn tò hết sức của tôi làm anh bật cười.

"Hihi, nhìn mặt em buồn cười quá!" Anh nói và ôm bụng cười ngặt nghẽo như thể đây là lần đầu tiên chọc cười được tôi vậy.

"Vợ anh hôm nay đã hiểu cảm giác khó chịu của anh rồi, nên lần sau khi đi chắc em sẽ không lê quèn quẹt nữa nhỉ?" Anh vừa nói vừa mỉm cười kèm theo cái nháy mắt.

Nghe câu nói của anh mặt tôi bắt đầu giãn ra, bớt căng thẳng được chút chút. Kể từ khoảnh khắc đó trở đi tôi bớt vô duyên, biết để ý đến cảm nhận của người khác hơn trước.

Đôi dép lê đã để lại cho tôi một bài học, tuy rất nhỏ nhưng vô cùng thấm thía và sâu sắc.

Đó là: Trong một mối quan hệ bất kỳ, chúng ta hãy thường xuyên đặt mình vào vị trí của người kia để xem họ đang có cảm nhận, suy nghĩ, cách nhìn như thế nào. Có thể đối phương sẽ có cảm nhận hoàn toàn trái ngược với bạn đấy!

Năm 2020 khi tôi sang Nhật đoàn tụ với chồng lúc đó anh làm việc luân phiên: một tuần làm ca ngày, một tuần làm ca đêm, cứ như vậy xen kẽ nhau. Mỗi lần đi làm ca đêm về nhìn anh như một cái cây bị hút hết nhựa sống, mệt mỏi, bơ phờ.

Hiểu được lịch trình, tính chất công việc chồng đang làm, tôi càng cảm thông và thương anh nhiều hơn. Những tuần anh đi làm ca đêm, tôi thường chuẩn bị sẵn đồ ăn nhẹ như bánh mì kẹp, cháo, mì. Khi anh đi làm về, tôi dậy và hâm nóng thức ăn để anh tắm xong là có đồ ăn nóng hổi lót dạ. Đồng thời, ban ngày tôi chủ động dọn dẹp nhà cửa, đi siêu thị mua đồ, nấu nướng, cho anh có thêm thời gian nghỉ ngơi. Nhờ đó mà tình cảm vợ chồng thêm gắn kết.

Kể từ đó, trước khi hành động bất cứ điều gì, tôi thường tự hỏi mình những câu như sau: Liệu rằng những gì mình đang nói/ làm có thể làm tổn thương họ hay không? Mình cảm thấy thế nào khi nghe/ nhận về những điều đó?

Tái bút: Nếu bạn đã từng đi dép lê mà lê quèn quẹt thì tôi rất vui vì chúng ta là đồng minh. :) Haha, để tránh rơi vào tình trạng tẽn tò như tôi thì bạn hãy bỏ thói quen đó đi nhé!

Chú ý đến đối phương,
Xem cảm nhận thế nào.
Cảm thông thật quý giá,
Hiểu nhau thêm sáng tỏ.
~ Hiền Hapu

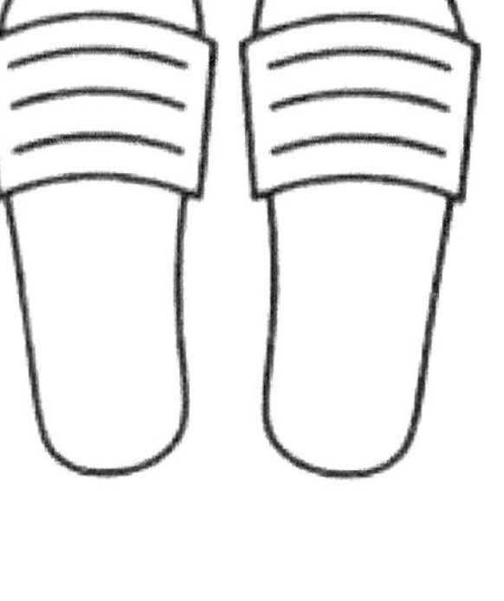

Đi qua bão giông

Đã bao giờ bạn cảm thấy ngạc nhiên vì một điều gì đó chưa?

Tôi vẫn còn nhớ mãi khoảnh khắc ấy. Trước mắt tôi là hình ảnh que thử thai hiện lên 2 vạch, vạch đầu tiên đỏ chót, vạch sau hơi mờ. Hình ảnh đó xuất hiện vào một buổi sáng đầu tháng 10 năm 2020 khi chúng tôi đang ở Nhật Bản.

Nhớ lại ngày trước tôi bị dèm pha, xét nét vì hiếm muộn nên khi nhìn thấy *hai vạch đỏ* ấy tôi vô cùng sung sướng, hạnh phúc. Tôi chia sẻ niềm vui với chồng và cả hai cùng nhau chuẩn bị những gì tốt nhất để chào đón em bé.

Giữa tháng 10 lần đầu tiên được nhìn thấy em bé qua màn hình siêu âm, chúng tôi vui không nói lên lời. Nếu bạn ở phòng khám Kozuka cùng tôi bạn sẽ thấy khuôn mặt của chồng tôi rạng rỡ với nụ cười tủm tỉm khi anh được nhìn thấy hình ảnh một chấm đen nhỏ xíu xiu trên tấm hình siêu âm nhỏ bằng lòng bàn tay. Còn tôi thấy trong mình cảm giác nâng nâng hạnh phúc.

Bác sĩ xác nhận: "Hiện thai đã ở vị trí an toàn." Nghe thấy vậy chúng tôi vui lắm, tuy nhiên niềm vui mới có một nửa vì lúc này vẫn chưa nghe được tim thai.

Khi về nhà tôi bắt đầu bị đau bụng và ra máu. Tôi nghĩ đó là việc bình thường nên cứ mặc kệ. Những cơn đau kéo đến với tần suất dày hơn, kéo dài sang cả tuần sau đó.

Vào ngày khám tiếp theo khi tôi mô tả tình hình, bác sĩ Kozuka nhìn tôi với ánh mắt khó hiểu, đôi lông mày nhíu lại vẻ trách móc. "*Sao về bị như vậy mà không đến khám lại ngay?*"

Khuôn mặt bác trầm ngâm như đang suy tư điều gì.

Một bầu không khí im lặng, căng thẳng bao trùm lên khắp căn phòng.

Sau cùng, bác không đưa ra kết luận mà nói với tôi và bạn Lực phiên dịch rằng: "Tôi không chắc chắn lắm về tình hình hiện tại của chị. Tôi sẽ viết giấy giới thiệu chị tới khám lại ở trung tâm y tế Kuwana."

Ba người chúng tôi lững thững bước ra xe và đi thẳng tới trung tâm y tế Kuwana.

"Hình như bác sĩ nói là thai lưu, tớ nghe không rõ lắm." Tiếng bạn Lực nói khẽ với tôi khi chúng tôi trong phòng khám thai tại Trung tâm y tế Kuwana.

Ngồi đối diện tôi là nữ bác sĩ người Nhật, bác nhìn vào kết quả siêu âm vừa mới thực hiện, rồi nhìn lại nhận định trong thư giới thiệu của bác sĩ Kozuka trước đó, sau đó nhìn tôi với ánh mắt tiếc nuối: "Thai không phát triển."

Nghe câu nói đó tôi chết lặng, hai tai ù ù, và trái tim như đang bị ai đó bóp nghẹt.

Bác sĩ hẹn 4 ngày nữa (thứ hai) đến khám sẽ có phiên dịch người Việt hỗ trợ và còn nói nhiều lắm nhưng tôi không còn nghe thấy gì nữa. Trong lòng tôi có một hòn đá nặng đang đè vào, một nỗi buồn trào dâng.

Khi tôi và bạn Lực vào trong phòng khám, chồng tôi chạy đi mua nước và bánh mì. Lúc anh quay lại, tôi đã khám xong, ra ngoài và đang đứng chờ anh ở sảnh.

"Xong rồi." Giọng bạn Lực trầm trầm và ánh mắt đượm buồn. "Bây giờ mình về thôi, họ bảo thứ hai quay lại khám sẽ có phiên dịch người Việt hỗ trợ."

Chồng tôi ngơ ngác nhìn chúng tôi với vẻ mặt khó hiểu như muốn nói, "*Ai đó có thể nói cho tôi biết đã có chuyện gì đang xảy ra vậy?*"

Tôi cố nén giọt nước mắt vào trong để ra về. Gió thu se sắt thổi vào mặt tôi buốt lạnh như cứa thêm vào nỗi đau. Bên ngoài cửa kính xe, bầu trời trong xanh ngắt, thấy rõ cả những gợn mây trắng xoá. Ánh mặt trời tỏa nắng như dát ngọc xuống mọi nẻo đường; lá rẻ quạt chao liệng trong gió, từ từ rơi xuống đất tạo thành một tấm thảm màu vàng óng. Mùa thu ở Nhật Bản đẹp đến nao lòng. Còn trong lòng tôi đang nôn nao, xáo trộn, lộn tùng phèo thực sự, theo cả nghĩa đen lẫn nghĩa bóng. Cảnh vật xung quanh thật đẹp nhưng nó đang dần nhòa đi trong mắt tôi.

Quãng đường từ trung tâm y tế về nhà khoảng 6km mà sao tôi cảm thấy xa thế. Trên xe không ai nói một câu gì. Tôi ngồi yên như một bức tượng bị vỡ vụn thành từng mảnh.

Về đến nhà tôi ôm lấy chồng và nghẹn ngào thốt lên: "Anh ơi, con bỏ mình đi rồi. Tất cả là tại em..."

Tôi oà khóc, nước mắt rơi lã chã xuống đệm.

Anh ôm tôi vỗ về: "Em đừng khóc nữa. Em ăn chút gì rồi đi nằm nghỉ một lát."

Những cơn sốt và đau bụng bắt đầu kéo đến khiến tôi rơi vào trạng thái ngủ li bì, mê man, kèm theo những cơn đau bụng quằn quại. Trong trạng thái mê sảng tôi thấy một khoảng xa xăm, đen hun hút.

"Sao mọi thứ lại thành ra như vậy? Em bé đâu rồi? Sao con lại lỡ bỏ bố mẹ mà đi như thế?" Những câu hỏi ấy cứ hiện ra trong đầu, cuốn tôi vào những suy nghĩ liên miên không hồi

kết dồn dập kéo đến, hệt như những cơn sóng thần cuồng nộ đang cuốn phăng đi tất cả mọi thứ nó gặp trên đường ra tít ngoài khơi xa.

Bốn ngày chờ đợi kéo dài tưởng như 4 năm, bởi vì đầu tôi đau như có người đang cầm chiếc khoan công suất lớn khoan vào hộp sọ suốt ngày đêm không ngừng nghỉ.

6 tuần trước khi nhìn que thử thai 2 vạch, tôi vui mừng muốn khóc. Giờ đây tôi đã khóc thật. Cánh cửa hy vọng vừa mới mở he hé ra đã đóng sầm ngay lại, làm tôi kẹt cả chân trong đó. Tia hy vọng vừa được nhen nhóm đã bị một gáo nước lạnh tạt thẳng vào làm nó tắt rụp ngay tắp lự.

Bốn ngày sau.

Tôi đi khám lại và bác sĩ xác nhận rằng thai không hề phát triển thêm trong 2 lần khám gần nhất. Giờ đây tôi có 2 sự lựa chọn: làm thủ thuật can thiệp, hoặc là để cho cơ thể tự loại bỏ thai nhi.

Tôi chọn phương án thứ 2 vì tôi cần thời gian để quan sát cơ thể, nên tôi hẹn lại lịch khám vào ngày 02/11. Lúc này tôi vẫn hy vọng về một điều kỳ diệu, một phép màu sẽ xảy ra níu giữ em bé ở lại, một tia hy vọng mong manh.

Về đến nhà tôi lại bị đau đầu và những cơn sốt cao liên tục ghé thăm. Những ngày tiếp theo thì chỉ còn những cơn đau bụng dưới đồng hành cùng tôi. Ban đầu cơn đau xuất hiện nhiều rồi giảm dần, cuối cùng không còn cơn đau nữa. Vậy là không còn dấu vết gì của em bé trong cơ thể tôi nữa rồi. Thiên thần nhỏ đã đi về một nơi nào đó rất xa.

Trong tôi mọi thứ vỡ vụn như chiếc ly bị rơi mạnh xuống sàn tạo ra tiếng rơi chói tai và những mảnh vỡ văng ra khắp nơi, cứa nát con tim nhỏ bé. Mắt tôi nhòa đi, nước mắt rơi không ngớt.

Ngày 02/11 tôi đi khám lại theo lịch hẹn. Bác sĩ siêu âm, tay chỉ lên màn hình máy siêu âm, rồi bác in ra một tấm hình đen trắng cỡ lòng bàn tay kẹp vào tờ kết quả.

"Owari desu.[1]" Bác sĩ nói và tôi rời khỏi bàn siêu âm và ra ngoài ghế ngồi nghe kết quả.

Tôi ngồi trên ghế, chị phiên dịch người Việt đứng đối diện (cùng phía với bác sĩ). Bác sĩ nói câu nào chị dịch lại cho tôi nghe câu đó. Bác sĩ trầm ngâm nhìn vào hình ảnh và kết quả: "Hiện tại không còn gì trong bụng nữa."

Trống rỗng.

Tôi gắng nặn ra một nụ cười méo xệch để che đi những giọt nước mắt. Ngồi trên xe buýt về nhà mà nước mắt, nước mũi rơi như bỏng ngô

---

[1] nghĩa là "*đã xong rồi/ đã hoàn thành*"

nổ, mắt tôi đỏ hoe. Người ngồi đây mà tâm trí lạc trôi đi tận đẩu tận đâu.

Tuần đó chồng tôi đi làm ca tối, mỗi buổi tối ngồi thẩn thơ một mình, tôi nhớ đến em bé. Nỗi buồn kéo đến, nước mắt tràn ra mặn chát. Tôi khóc, khóc nhiều lắm, tưởng chừng như không bao giờ dừng lại được. Trong đầu lại có một cuộc khẩu chiến không dứt.

Một giọng nói trách móc vang lên. "*Tại cơ thể mình yếu quá nên không giữ được con...*"

"*Đấy!*" Một giọng nói gay gắt khác xát muối thêm vào nỗi đau. "*Ai bảo không chịu ăn uống cho khỏe vào để giờ thành ra như này...*"

"*Mãi mới có con mà lại để bị mất...*" Một giọng tiếc nuối nói như quát vào mặt tôi. "*Từ giờ trở đi phải chú ý chăm sóc bản thân, nghe chưa?*"

Tôi chìm vào giấc ngủ.

“Mẹ ơi, con yêu mẹ, mẹ con mình sẽ sớm gặp nhau thôi, mẹ đừng buồn nữa nhé!” Em bé ôm và thơm vào hai bên má mẹ, nhoẻn miệng cười toe toét rồi chạy ra phía xa. Tôi chạy với đuổi theo con. Nhưng ơ kìa, chân tôi bất động, không thể theo kịp. Tôi choàng tỉnh giấc, hoá ra đó chỉ là giấc mơ.

Tôi biết chồng cũng buồn, nhưng anh đã nén nỗi đau vào sâu trong lòng, không thể hiện ra bên ngoài. Anh ôm tôi trong vòng tay rắn chắc và lạc quan an ủi: “Dù sao thì mình cũng không bị... điếc, vẫn có hy vọng có em bé tự nhiên. Em đừng buồn nữa, ảnh hưởng đến sức khỏe”.

Sau này thế nào thì bạn cũng rõ rồi, nhờ sự lạc quan đó đến cuối năm 2021 tôi có bầu và tháng 9 năm 2022 em bé đã chào đời.

Bạn biết không, mỗi lần đọc và viết đến câu chuyện này tôi lại thấy trái tim thắt lại nhói đau, nước mắt từ đâu tuôn rơi nghẹn ngào. Những cảm xúc đau đớn xưa cũ ùa về làm tôi khựng lại. Tôi đã vượt qua sự mất mát lớn lao đó nhờ sự lạc quan và tình yêu thương vô bờ bến của chồng. Anh đã dạy cho tôi cách đón nhận và phản ứng trước giông bão cuộc đời bằng cách xây dựng cho bản thân thái độ tích cực, góc nhìn hài hước - một "hệ miễn dịch lạc quan" để "tăng sức đề kháng cho trái tim".

Thái độ sống tích cực, như cây cối vươn cao,
Hài hước là cành lá, giúp trái tim vững vàng.
Hệ miễn dịch lạc quan, sức đề kháng dồi dào,
Chấp nhận bão giông, cuộc sống ngọt ngào.

Tìm kiếm thiên thần

"Bố tính thế này." Chồng tôi ngừng lại vài giây rồi tiếp tục. "Mẹ sẽ trở lại Nhật vào tháng 1 năm 2024 để gia hạn bằng lái, kiếm tiền, đến tháng 1/2025 gia hạn visa xong thì mẹ lại về Việt Nam. Còn con gửi nhờ ông bà ngoại."

Đây là ý định của chồng tôi bật ra trong lúc đang lái xe từ phòng khám về nhà. Lúc này tôi vẫn ở Nhật Bản và mới có bầu hơn 2 tháng.

Nghe anh nói vừa dứt câu, lòng tôi cảm thấy nặng trĩu như bị đá đè. Tự nhiên trong đầu bật ra câu hỏi: con mình chẳng lẽ lại "vứt"? Để cháu cho ông bà chăm như thế có khác gì "có bố có mẹ mà mồ côi" đâu? Hơn thế nữa, bố đã không ở bên con từ lúc con còn bé xíu, giờ lại xa con biền biệt thêm mấy năm nữa, đến lúc bố về liệu con có còn nhận bố nữa không?

Cả hai bố con đều bị thiệt thòi và xa cách, khoảng cách đó chắc chắn tiền bạc không thể và không bao giờ lấp đầy được. Những năm tháng đầu đời của trẻ là khoảng thời gian vô giá để bố mẹ và bé gắn kết tình cảm.... Tôi thở dài thượt, không nói gì. Có lẽ do anh đang tập trung lái xe nên không để ý đến.

Gần một tháng sau.

Tôi tình cờ nghe được chồng nói với bạn về ý định hôm trước. Những suy nghĩ ùa về như thác lũ không gì ngăn cản được. Cộng thêm với lúc nằm xuống, lưng và cột sống bên trái đau buốt nên tức nước vỡ bờ, tôi bật khóc.

Anh nằm bên cạnh giật thót, hỏi với giọng lo lắng. “Sao em khóc, em thấy đau ở đâu à?”

Tôi cứ thế òa khóc to hơn, mãi mới nín được và trả lời trong tiếng nấc. “Em không muốn để con một mình ở lại Việt Nam đâu!”

"Ôi! Em suy nghĩ và khóc như thế ảnh hưởng đến con đấy!" Giọng anh chuyển dần từ lo lắng sang bực bội. "Đó là dự định, còn sau này tùy theo tình hình thực tế lại tính tiếp mà." Nói xong anh giận, bỏ đi ngủ.

"Vâng, em không khóc nữa." Tôi nói và lau nước mắt. "Anh nhớ đấy nhé!"

Câu chuyện này không được nói lại thêm lần nào nữa cho đến khi tôi sinh em bé. Tưởng chừng chuyện xa con đến đây là kết thúc, nhưng không, cơn sóng ngầm vẫn lăn tăn dưới mặt nước, nhìn qua tưởng chừng yên tĩnh nhưng kỳ thực đang sục sôi chỉ chờ ngày bùng nổ.

Giữa tháng 2 năm 2024 chồng tôi lại bàn rằng đến tháng 9 tôi sẽ quay lại Nhật làm việc ba tháng, gia hạn visa xong rồi về Việt Nam, con bé sẽ gửi ở nhà với ông bà ngoại. Tôi đem chuyện này trao đổi với bố mẹ tôi.

Bố tôi nói: "Ừ, con cứ sang đó vừa kiếm tiền vừa giữ chồng, kẻo không may chồng con sa ngã thì mất cả chì lẫn chài đấy! Còn cái An cứ để đây bố mẹ chăm cho."

Mẹ tôi thở dài không nói gì, khuôn mặt hốc hác của bà đang mơ hồ nghĩ ngợi xa xăm, cặp lông mày nhíu chặt.

Hôm sau khi chỉ có hai mẹ con bà mới thủ thỉ: "Đêm qua mẹ không ngủ được, nghĩ thương cho An quá. Cháu ở nhà thì bố mẹ sẽ chăm sóc, khi nó khỏe thì không sao. Còn lỡ ốm đau, nó không ăn uống được rồi gầy mòn ra đấy thì tiền nào bù lại cho được? Cháu mình muộn mằn, mãi mới có một đứa, đã thiệt thòi khi phải xa bố từ lúc chưa lọt lòng. bây giờ lại phải xa mẹ nữa thì bơ vơ quá! Cứ nghĩ đến chuyện đó là mẹ lại không cầm được nước mắt." Nói xong mắt mẹ ngân ngấn đỏ hoe.

Tôi rất hiểu tâm tư của mẹ, bởi vì chính tôi cũng có suy nghĩ tương tự. "Con sẽ tìm cách, mẹ đừng suy nghĩ nữa kẻo ốm đấy!" Tôi trấn an mẹ như vậy thôi, chứ thực sự lúc đó chính tôi cũng chưa biết sẽ xoay chuyển tình thế bằng cách nào, chỉ có một niềm tin và quyết tâm rằng: "*Mẹ sẽ luôn đồng hành cùng con. Mẹ ở đâu, con ở đấy!*"

Sau đó tôi đã *cầu được ước thấy* thực sự khi được đồng hành cùng con qua các trận ốm liên tiếp gần 3 tháng. Con cứ ốm 7-10 ngày, nghỉ uống thuốc được 2-3 ngày rồi lại tiếp tục nã kháng sinh.

Căng thẳng lên đến đỉnh điểm khi con phải nằm viện 9 ngày. Đúng lúc đó nhà tôi lại sửa trần với ốp tường, nên mẹ chỉ hỗ trợ được hai ngày đầu tiên, thời gian còn lại hai mẹ con tự túc ở viện chăm nhau.

Sau đợt điều trị, con xơ xác, mẹ xác xơ và con vẫn tiếp tục bị ốm tái đi tái lại thêm nhiều lần nữa. Tình trạng vào viện thăm khám, gặp bác sĩ diễn ra như cơm bữa khiến tôi cảm tưởng như bệnh viện sắp thành ngôi nhà thứ hai của hai mẹ con.

Quãng thời gian đó kéo dài tưởng như không có hồi kết vì có lúc cả hai mẹ con cùng ốm. Tôi xanh xao, yếu ớt, lướt mướt như tàu lá phất phơ trong gió, không biết sẽ rụng rơi khi nào. Người tôi không khác bộ xương khô di động là mấy. Những cơn đau đầu, mất ngủ thường xuyên ghé thăm. Tôi cảm tưởng mình không thể nào vượt qua nổi những sóng gió đó. Có những đêm tôi bàng hoàng tỉnh giấc, quay sang nhìn con và ứa nước mắt khi nghĩ đến cảnh con ốm sốt mà không có mẹ ở bên. Tôi tự hỏi: "*Không biết mình còn sống nổi đến ngày mai không? Tương lai sẽ như thế nào đây? Còn điều gì tồi tệ hơn có thể xảy đến nữa không?*"

Một ngày mùa hè cuối tháng 5, khi lướt Facebook tôi tình cờ đọc được một bài viết giới thiệu khóa coaching 6 tuần kết nối và thấu hiểu bản thân của chị Hà Nguyễn, tôi cảm thấy có lẽ đây đúng là thứ mình đang cần nên không ngần ngại nhấp vào nút "Đăng ký".

Hai tuần sau, trong buổi coaching, chị đã hỏi một câu chạm đến ngọn nguồn mọi việc, đó là câu: "Hiện con đang rất khỏe mạnh, ngoan ngoãn, phát triển bình thường, vậy còn có điều gì làm em lo lắng khi nghĩ về con?"

Câu hỏi đó giống như một một mũi kim đâm vào quả bóng bay đang căng phồng làm nó nổ "đoàng" một cái rất to. Cơn sóng thần ngầm bị dồn nén quá lâu đến lúc này được dịp bùng phát. Tôi nghĩ đến cảnh sắp tới sẽ phải xa con, con khóc vì không thấy mẹ, nước mắt tôi rơi không ngớt.

Chờ cơn cảm xúc mạnh của tôi qua đi, nước mắt đã được lau khô, chị ân cần hỏi tiếp: "Em lo lắng như vậy thì mọi thứ có thay đổi không? Hay nó sẽ rút cạn dần sức lực của em? Tại sao em không viết điều đó ra giấy để không phải suy nghĩ về nó trong đầu nữa?"

Câu hỏi của chị y như trái táo rơi trúng đầu nhà bác học Newton và tôi được thông não trong sự ngỡ ngàng, bật ngửa bởi câu trả lời quá đơn giản.

"Ừ nhỉ? Sao mình không giãi bày mọi thứ ra giấy mà cứ giữ khư khư trong đầu cho nặng đầu nhỉ?" Tối hôm đó tôi viết ra tất cả những

điều phiền muộn ra giấy, gập cuốn vở vào và đi ngủ.

Sáng hôm sau khi thức dậy đã có một phép màu xảy ra. Bạn không đọc hay nghe nhầm đâu, "PHÉP MÀU" thực sự. Nếu mở điện thoại của tôi ra bạn sẽ thấy hai tin nhắn:

"Mẹ xem ăn uống gì cứ nhờ bà đi chợ nhé. Mẹ gầy lắm. Mẹ với em ở chơi với ông bà mấy tháng rồi hẵng về trên Vĩnh Phúc."

"Cuối năm mẹ không phải sang gia hạn visa nữa. Bố nộp hồ sơ gia hạn xong rồi bố làm bảo lãnh lại từ đầu cho hai mẹ con luôn."

Hai tin nhắn chứa đầy tình yêu thương, sự quan tâm và mang phép màu ấy đến từ chồng tôi. Bằng cách nào đó Vũ Trụ đã lắng nghe những tâm tư, lo lắng sâu kín của tôi, rồi bí mật gửi đến chồng và anh đã đưa ra một quyết định quan trọng thay đổi cuộc đời hai mẹ con.

Tôi và con sau đó vẫn đồng hành cùng nhau. Đến cuối tháng 8 anh về thăm và ở cùng hai mẹ con gần hai tháng nữa rồi mới quay trở lại Nhật. Gia đình tôi đã có những giây phút hạnh phúc, gắn kết với nhau.

Qua câu chuyện này tôi nhận ra rằng, cuộc sống sẽ luôn có những khó khăn, những bài toán hóc búa vượt quá khả năng giải quyết của bạn. Để giải quyết vấn đề đó một mình bạn nỗ lực, cố gắng, quyết tâm thôi là chưa đủ. Bạn yên tâm, sẽ luôn có những thiên thần có thể giúp bạn giải quyết được vấn đề và họ có mặt ở khắp mọi nơi. Họ sẽ đến giúp đỡ khi bạn cần. Chỉ cần bạn tin tưởng, sẵn sàng đón nhận sự giúp đỡ và phép màu sẽ đến.

Thiên thần quanh ta,
Như hoa nở rộ.
Sẵn sàng đến bên,
Khi ta cần giúp đỡ.
Bạn ơi hãy nhớ!
Mở rộng lòng mình,
Đón điều kỳ diệu.

~ Hiền Hapu

Lời yêu cuối

Câu chuyện: Đôi Bồ Câu Gầy và Béo

Trong công viên nọ, có đôi bồ câu tên là Gầy và Béo. Chúng yêu nhau say đắm nhưng vì hoàn cảnh, Béo phải lên máy bay để tới làm việc tại một đất nước xa xôi. Gầy ở lại chăm sóc con tên là Mập.

Cuộc sống không hề dễ dàng cho Gầy. Cô phải đối mặt với nhiều căng thẳng khi vừa chăm sóc Mập, vừa đi kiếm ăn mỗi ngày.

Để giữ cho tinh thần lạc quan, những lúc rảnh Gầy viết một cuốn nhật ký với hi vọng sau này có thể xuất bản sách. Nhưng mỗi khi nhìn sang những tổ ấm khác, nơi có đủ vợ chồng với tiếng trò chuyện ríu rít, cô lại cảm thấy chạnh lòng. Cô tự trách. "*Tại sao mình lại cô đơn thế này?*"

Rồi chưa kể những lúc ốm đau, cạn kiệt sức lực, chỉ có một thân một mình, cô ứa nước mắt và thầm ước. "*Giá như có Béo ở đây thì tốt biết mấy!*"

Trong công viên, những con khác thường thầm thì với nhau: "Nhìn Gầy kìa! Ốm yếu quá, không biết có chăm sóc nổi cho Mập không?"

Một con khác châm chọc: "Nhà thiếu ăn hay sao mà nhìn xơ xác vậy em? Đừng nói em đang giảm cân để đi thi Bồ Câu Siêu Mảnh đấy nhé!"

Nghe vậy Gầy chỉ biết gượng cười chua chát.

Mỗi lần trò chuyện qua màn hình điện thoại, Béo thấy Gầy còm nhom, chỉ có da bọc xương nên anh lo lắng và cảm thấy bất lực khi không thể ở bên cạnh để giúp đỡ cô.

Một buổi tối, khi nhìn thấy những đường gân xanh nổi rõ trên đôi chân của Gầy, Béo nhắn cho cô: “Anh rất lo cho sức khỏe của em. Em xem lại chế độ ăn uống, sao nhìn em càng ngày càng xanh xao như tàu lá vậy?”

Gầy đọc tin nhắn và cảm thấy tim mình thắt lại. Cô thở dài giọng đầy nỗi buồn, nhìn Mập đang say ngủ: “Có khi em chưa kịp chợp mắt thì Mập đã dậy rồi.”

Béo nhẹ nhàng đáp: “Sao em không nhờ bà giúp đỡ? Bà luôn sẵn lòng hỗ trợ để em có thêm thời gian nghỉ ngơi. Em không cần phải làm mọi thứ một mình.”

Những lời động viên của Béo như một ánh sáng trong đêm tối. Gầy bắt đầu nhận ra vấn đề của mình là trước giờ cô vẫn đang gồng lên làm mọi thứ một mình.

Cô quyết định nhờ bà đến ở cùng, giúp đỡ và chăm sóc cả hai mẹ con, để cô có thêm thời gian nghỉ ngơi, tĩnh dưỡng.

Dần dần, sức khỏe của Gầy được cải thiện, những điều tốt đẹp cũng tới: cuốn sách cô ấp ủ bấy lâu được xuất bản và bán hết veo sau một tháng.

Khi trở về, nhìn thấy Gầy đã trở nên cân đối, rạng ngời và sự nghiệp viết sách thành công rực rỡ, Béo sung sướng và hạnh phúc lắm. Anh quyết định ở lại đồng hành cùng Gầy chăm sóc Mập và cùng cô xây dựng sự nghiệp. Gia đình đoàn tụ, đi qua những ngày tháng ngọt ngào, hạnh phúc.

Bạn rút ra bài học gì từ câu chuyện trên?

Còn tôi thấy rằng: Dù trong bất kỳ hoàn cảnh nào, hãy luôn tin tưởng vào những người thân yêu của bạn và cố gắng phát triển bản thân.

Sự tự tin và nỗ lực kết nối với mọi người sẽ dẫn bạn đến một cuộc sống tốt đẹp hơn cho chính mình và gia đình.

Bên cạnh đó, không ai có thể tự làm được tất cả mọi thứ, chúng ta hãy cứ mạnh dạn nhờ vả, tìm kiếm và nhận sự giúp đỡ từ những người xung quanh.

Lời chia tay

Cảm ơn bạn vì đã lựa chọn cuốn sách, và đặc biệt là đã đọc tới đây. Điều đó chứng tỏ bạn rất trân trọng tình cảm của mình dành cho người thương và tha thiết mong muốn xây dựng hạnh phúc trọn vẹn với họ.

Trước khi chia tay với một món quà cảm hứng, tôi biết rằng chúng ta có thể đã thảo luận rất nhiều, song đây những điều quan trọng mà tôi muốn gửi gắm tới bạn qua cuốn sách này.

1. Hạnh phúc là của bạn, vì vậy hãy chủ động là người làm chủ hạnh phúc.
2. Sự tin tưởng bắt nguồn từ sự quan tâm chân thành và tinh thần trách nhiệm.
3. Chỉ khi hành động quyết liệt bạn mới xóa tan đám mây hoài nghi vây quanh tâm trí.

4. Tinh thần lạc quan tích cực trước nghịch cảnh sẽ giúp bạn xây dựng hệ miễn dịch yêu thương.
5. Mạnh dạn tìm kiếm và nhận sự trợ giúp từ bên ngoài khi gặp phản đối hoặc khó khăn trong cuộc sống.

Chỉ có hành động mới tạo ra kết quả, nếu bạn muốn cuộc sống dễ chịu, vui vẻ, có nhiều tiếng cười hơn và cảm nhận được niềm hạnh phúc trong từng giây phút hiện tại thì đây là một vài điều đơn giản, bạn có thể làm:

1. Chủ động nhắn tin, gọi điện thăm hỏi mỗi sáng, trưa, tối hoặc bất cứ khoảng thời gian nào thích hợp với bạn.
2. Nấu cho người ấy một bữa cơm hoặc mua đồ ăn khi người kia đói.
3. Trong bữa ăn gắp thức ăn cho người ấy.

4. Trò chuyện thân mật: hỏi thăm sức khỏe, công việc, những mối quan tâm chung của hai người.
5. Lập danh sách những người bạn và chuyên môn của họ để có thể nhờ giúp đỡ khi cần.

Và thói quen đơn giản nhất bạn có thể làm ngay lúc này đó là: Gọi điện/ nhắn tin trò chuyện với người thương.

Món quà tặng bạn

Nếu bạn đã đọc đến đây, tôi thật sự biết rất biết ơn bạn vì bạn không chỉ trân trọng cuốn sách này mà còn trân trọng việc xây dựng mối quan hệ hạnh phúc viên mãn với bạn đời. Thế giới cần những người kiên trì như bạn, sẵn sàng thay đổi và hành động để xây dựng một cuộc sống tốt đẹp hơn.

Dù tôi đã cố gắng hết sức để chia sẻ những bài học, đúc kết những kinh nghiệm xương máu của mình, nhưng vẫn còn nhiều khía cạnh phức tạp trong xây dựng mối quan hệ khi yêu xa nữa như:

- Đối nội đối ngoại như thế nào cho vẹn cả đôi đường?
- Ăn Tết bên nội hay ngoại?
- Làm sao để khắc phục tổn thương gây ra bởi sự xa cách?

- Xử lý bất hòa trong gia đình khi không cùng quan điểm chăm sóc trẻ như thế nào?
- Vợ vụng về quá, chồng phải xử lý sao đây?
- Giải quyết xung đột, gỡ rối suy nghĩ và hành động như thế nào để không làm sứt mẻ tình cảm?
- Thể hiện tình cảm của mình dành cho đối phương như thế nào?
- Bất đồng quan điểm có thể dẫn đến đổ vỡ, giải quyết thế nào đây?
- Làm gì khi cả hai mẹ con cùng ốm?
- Và còn nhiều vấn đề khác...

Vì thế tôi đang viết một cuốn sách lớn cùng tên. Song hành trình viết sách không hề đơn giản, thế tôi mong nhận được cảm nhận của bạn về cuốn sách, dù chỉ vài dòng thôi nhưng cũng là sự động viên to lớn và tiếp thêm niềm cảm hứng cho tôi sớm hoàn thành cuốn sách.

Vì vậy đừng ngại kết nối với tôi và nhận quà qua mã QR phía dưới nhé!

Mong bạn luôn hạnh phúc!

Tái bút: Hoặc bạn cũng có thể gửi ý kiến, chia sẻ câu chuyện chia sẻ cá nhân riêng của bạn về địa chỉ email: tacgia@hienhapu.com

Tôi rất mong chờ được lắng nghe câu chuyện của bạn cũng như một review 5 sao cho cuốn sách này để giúp tôi có cảm hứng viết tiếp.

Yêu thương gửi đến bạn,

Hiền Hapu - Nguyễn Thị Hiền.

www.ingramcontent.com/pod-product-compliance
Lightning Source LLC
LaVergne TN
LVHW082249150826
845677LV00009B/1579
* 9 7 9 8 2 3 0 9 9 6 1 3 2 *